నవీన రాతలు
మారాలి అభాగ్యుల తలరాతలు

రచయిత
డా. వంగిపురపు నవీన్ కుమార్

Naveena Ratalu - Marali Abagyula TalaRatalu
Author: **Dr. Vangipurapu Naveen Kumar**

Published by **Kasturi Vijayam**

© **Kasturi Vijayam**

ISBN: 978-93-5620-636-6

నవీన రాతలు – మారాలి అభాగ్యుల తలరాతలు

నాకు నచ్చిన మాటలు నాకు వచ్చిన ఊహలే ఇవి
కవితా సంపుటి ఇది నా సొంత కుంపటి
ఇది ఒక కలగూరగంప వెదకకు అందులోని కొరత
ఈ ప్రపంచమే ఒక వింత అనుమానము ఎందుకంత
పడబాకు చింత పడి లేవడమే జీవితమంత
అవును నిజం నేనన్నది నిజం... నిజం...
శ్రీశ్రీ నాకు పూజ్యం రావాలి రామరాజ్యం
మారాలి అభాగ్యుల తలరాతలు.

★★★★★★★★★★★★★★★★★★★★★★★★★★★

నాది లక్ష్మీ నగరం...
గుడివాడ వాస్తవులం...
విజయ రాఘవ నిలయం.....
విజయలక్ష్మి గర్భాన వసియించినాను
వీర రాఘవుడి అనురాగ ఫల మైనాను
హిమబిందు ప్రేమ పశమై పరవశించినాను
సోదర కిరణం సన్నిధి సేద తీరాను
సాయి, సాత్విక, కార్తీకమై జీవితం పండించాను
పర బ్రహ్మ తత్వానికి దగ్గరగా ధనలక్ష్మి దాహానికి దూరంగా
ప్రభవించిన ప్రభాత శివ ప్రసాదమై
లలిత లతా కళా తోరణమై
స్నేహితులు, బంధువులు, ఆత్మీయులు
నాకు వెంట రాగా మునుముందుకు సాగాలనేది నా ఆశ
మీ అందరి ఆశీస్సులే నాకు శ్రీరామరక్

నవీన రాతలు ....మారాలి అభాగ్యుల తలరాతలు

రచయిత

పేరు	: వంగిపురపు నవీన్ కుమార్
తల్లిదండ్రులు	: వంగిపురపు వీరరాఘవాచారి – విజయలక్ష్మి
భార్య	: హిమబిందు
సోదరుడు–మరదలు	: కిరణ్ కుమార్ – శ్రీలత
పిల్లలు	: సాయి, సాత్విక, కార్తీక్
వృత్తి	: సీనియర్ గ్రేడ్ అసిస్టెంట్ ప్రొఫెసర్ ఆఫ్ ఫిజిక్స్, గుడ్లవల్లేరు ఇంజినీరింగ్ కాలేజ్, గుడ్లవల్లేరు
రచనలు	: 100కి పైగా సన్మాన పత్రాలు, పితృదేవోభవ, ఎటువైపు, పలు బాలల నాటికలు, లఘు చిత్రాలు
పొందిన ప్రశంసలు	: తెలుగుభాష వికాస సమితి – గుడివాడ, 2016 సాహితీ పురస్కారము, యం. ఆర్. నాగేశ్వరరావు సాహితీ పురస్కారం, పలు నంది ప్రశంసా పత్రములు, ఉత్తమ రచయిత అవార్డు – పితృదేవోభవ, తిరుమల తిరుపతి దేవస్థానం గరుడా అవార్డు, సరిగమ సంగీత పరిషత్–2016 ఉత్తమ రచయిత సన్మానము
చిరునామా	: 2 డోర్ నెం. 4–203, లక్ష్మీ నగర్ కాలనీ, బందర్ రోడ్, గుడివాడ – 521 301.
మొబైల్	: 96666 58751
ఈ–మెయిల్	: vangipurapu1980@gmail.com
వెబ్ సైట్	: www.naveenahimakiranalu.com

నా కాంక్ష – ఆకాంక్ష

భారతీయ సంస్కృతిలో అతి ప్రాధాన్యత సంతరించుకున్న కళలలో కవిత్వం ఒకటి. రవి కాంచని చోట కూడా కవి కాంచును అన్నట్లు కవి హృదయం ప్రతి చిన్న విషయాన్ని సునిశితంగా ఆలోచించగలుగుతుంది. ఈ ఆలోచనకు కవి అక్షరాలలో ప్రాణం పోసి వ్యవస్థకు చైతన్యాన్ని కలిగించటానికి, ఆనందాన్ని అందించటానికి మంచి, చెడులను అర్థం చేసుకోవటానికి చరిత్రను, సాంప్రదాయాలను, అలవాట్లను, కట్టుబాట్లను ప్రపంచానికి తెలియచేయటానికి ఉపయోగిస్తారు. కవిత్వంతో ఎందరో మహానుభావులు ఈ సమాజ శ్రేయస్సుకై నిరంతరం శ్రమించి కావ్యాలను రచించి, లోక కళ్యాణానికి ఆద్యులయినారు.

కవిత్వంలో కఠిన పాషాణాలే కరుగుతాయి అంటారు. ఇంతటి మహా ప్రక్రియ నాకు ఎంతో ఇష్టమయినది. నా తండ్రిగారు వంగిపురపు వీరరాఘవాచారిగారి ప్రేరణతో నా యొక్క రచనా ప్రస్థానం మొదలయ్యింది. నాకు పెద్దగా భాషాజ్ఞానం లేకున్నా ఈ ప్రక్రియను సామాన్యులకు అర్థమయ్యేలా సామాజిక అంశాలపై అవగాహన కల్పించాలి అనే ఉత్సుకతతో నా ప్రయత్నం మొదలయ్యింది. ఈ అంశములను ఎవరినీ ఉద్దేశించి గానీ, ఎవరినీ నొప్పించాలని గానీ రాయడం జరగలేదు.

ఇందులో ఏవైనా పొరబాట్లు ఉన్నట్లయితే పెద్ద మనసుతో విజ్ఞులు, పాఠకులు, పెద్దలు మన్నించి నన్ను ఆశీర్వదిస్తారని నిండు మనసుతో కోరుకుంటున్నాను. నా ఈ కవితలు సమాజంలో ఉండే రకరకాల అంశాలను ప్రస్తావిస్తూ కొన్ని మార్పులు రావాలని కోరుకుంటున్నాను. నేటి ఆధునిక సమాజంలో ఉన్న అభాగ్యుల జీవితాలు మారి ఆనందమయం కావాలని చెడు భావనలు పోయి మంచి ఆలోచనలతో ఆంధ్రుల అమరావతి ఆనందదామం కావాలని ఆ సర్వేశ్వరుణ్ణి ప్రార్థిస్తున్నాను.

సర్వేజనాః సుఖినోభవంతుః

నవీన రాతలు ....మారాలి అభాగ్యుల తలరాతలు

తొలిపలుకులు

1. నా సొద
నా వ్యధ
నా గాథ
నా బాధ
అర్థంకావు ఎవ్వరికీ
అర్థం కాను నేనెవ్వరికీ
నేను ఒంటరిని
తుంటరిని
నేను తెలుగు తేజం
మానవత్వమే నా రాజ్యం
మానవ మనుగడే నా ధ్యేయం

2. మానవత్వం
మా "నవ" మనుగడ
కొత్త కోరికలు... కొత్త పుంతలు
సంసారం, స్నేహాలు
బడులు, గుడులు
రైతులు, రాజకీయాలు
చుట్టాలు పక్కాలు.
గురువు మతాలు
బంధాలు, బంధుత్వాలు
భ్రమలు, భ్రాంతులు
వీటికై నా అన్వేషణ
భావి భారత చరిత
ఉన్నతికై నా నిరీక్షణ
ఇదే నా ఆకాంక్ష... తీరేనా ఈ కాంక్ష
జై తెలుగుతల్లి... జై భరతమాత...

3. నేర్పు, కూర్పు, ఓర్పు
కాదు కవిత్వం
ఓదార్పే నిజమైన కవిత్వం
నిట్టూర్పు సెగలు... నిష్టూరపు పొగలు...
రగులుతున్న వ్యధలు... పెరుగుతున్న బాధలు...
మారే రోజులకై కావాలి కవిత్వం
సరస్వతికి నా ఆత్మ నైవేద్యం
అందుకై నా ఈ కవితా ప్రసాదం
అమ్మా నాన్నలు... అత్తమామలు... నాకు పూజ్యం
భార్యాపిల్లలు సోదర ప్రేమలు
స్నేహబంధాలు ఆత్మీయులు నా రాజ్యం
అందుకు జీవితాంతం చేయాలి
మంచి పనుల సేద్యం... అందుకే ఈ జన్మ ఆద్యం...
ఇది అంతము కాని వాయిద్యం

4. నా కాంక్ష

రాజులు లేరు
రాజ్యాలు పోయినాయి
రోజులు మారాయి.
రాజకీయం వచ్చింది.
మనసున్న మనుషులు పోయినారు
మనీ ఉన్న మనుషులు పెరిగినారు.
మంచితనం కరువయ్యింది.
మానవత్వం బరువయ్యింది.
సామాన్యుడి గుండె చెరువయ్యింది.
బతుకు అరువయ్యింది.
చేయూత అందించు ఓ భరతమాత
మా మొర ఆలకించి
ఆకలిని తీర్చు ఓ భరతమాత
మనుషుల్ని మార్చు తలరాతల్ని
మార్చు

5. ఏందీ లోకం

నేను కవినంటే కాపీ కొట్టావన్నారు
నటుడంటే నమ్మం పొమ్మన్నారు
సేవ చేస్తానంటే
సెలవు తీసుకొమ్మన్నారు
ఊతమిచ్చే జీవకర్రను అవుతానంటే
ఛీ ఊరుకోమన్నారు
ఏందీలోకం...
మాలోకాలకి స్థానం
మంచోళ్ళకి స్మశానం
ప్రజ్ఞకి సమాధి
ప్రలోభాలకే వారధి
నడిపించే సారథి లేదు.
ఆలోచించే వారసుడు లేదు

6. కలి ప్రేమలు

ధరిత్రికి దాపురించిన శని
ఎందుకొచ్చిన కాలు జారే పని
కనీవిని ఎరుగని కష్టాల గని.
ఎంత చెప్పినా వినవు ఎందుకని
ప్రేమించడం ఒక ఫ్యాషన్
అందుకు లేదు రేషన్
పనికిమాలిన ఎమోషన్
ప్రేమించడానికి తీసుకో ప్రికాషన్
లేకపోతే మన పని డికాషన్
ప్రేమ కోసం ప్రాకులాడటం
పాకుడుపై నడక
పడిపోతే పడక

7. ఆవేశం ఆవేశం

మోక్షం కోసం ఆవేశం
మంచి కోసం ఆవేశం
మనీ కోసం ఆవేశం
ప్రేమ కోసం ఆవేశం
ప్రాణం కోసం ఆవేశం
పేరు కోసం ఆవేశం
పదవి కోసం ఆవేశం
భవిత కోసం ఆవేశం
భార్య అనర్థాల హేతువు ఈ ఆవేశం
అవ్వాలి నువ్వు శాంతి కపోతం
అప్పుడే జీవితం స్వర్గం

8. అందరికీ నమస్సులు

కవిని కాను నేను పిల్లకాకిని
కాకికి కౌస్తుభం అలంకరించినట్లు
దొరికింది ఈ ఛాన్సు
కవిత వినిపించాలని కసిగా ఉన్నాను
పసిపాప మనసున్న మహానుభావులకు
మసిబారిన బతుకులు మారాలని
కాలుష్యం లేని కాలం రావాలి
కల్తీ లేని నవ్వులు కావాలి
స్వచ్ఛమైన జీవం రావాలి
కన్నీళ్ళు లేని కనులు కావాలి
కలతలు లేని నిదుర రావాలి
కంత్రీ ఆలోచనలు పోవాలి
కమ్మని ఆశయాలు సిద్ధించాలి
ప్రేమానురాగాలు పెరగాలి
ప్రాంతీయ కులమత భేదాలు పోవాలి
అందరం ఒక్కటై హాయిగా ఉండాలి
అర్థం చేసుకోండి విజ్ఞులందరికీ
నమస్సులు

9. తప్పురా! తెలుసుకోరా !

గొప్ప గొప్ప బిల్డింగులు
పెద్ద పెద్ద బిల్డప్పులు
బ్యాంకుల్లో అప్పులు గమ్యం తెలియని
చెప్పులు
తరగని తప్పులు
మాటల డప్పులు
ఎదుటివారిపై ఎత్తులు
వెన్నుపోటుకై కత్తులు
వద్దురా తమ్ముడా, వదిలెయ్యరా
తమ్ముడా
మంచిని పెంచు
మానవతను నింపు
ఏ రాముడు రాడు
ఏ కృష్ణుడు లేడు
ఎరుకలో నువ్వుండు ఎదలోని దైవాన్ని
చూడు
ధర్మం తప్పకు ఒప్పుకోరా తమ్ముడా
ఓర్పుతో నువ్వుండు నేర్పుతో నువ్వెదుగు
తెలుసుకోరా! తప్పు చేయకురా!

10. వద్దు – వద్దు

రోడ్ల మీద జాబుల మేళా
ఉన్నోడికి విందుల గోల
లేనోడికి ఈగల ఈల
కన్నోళ్ళకి కన్నీళ్ళు
కట్టుకున్నదానికి కష్టాలు
కాసులకై రేసులు
కజ్జాలతో కేసులు

కమర్షియల్ బాసులు
లేనిపోని ఊసులు
గుసగుసలు రుసరుసలు
చెడిన మనస్సులు
చింపాంజి చేష్టలు
కొక్కిరాయి కూతలు

11. పెళ్ళి

పెళ్ళి అంటే పిల్లని పంపడం
ఆస్తిని పంచడం... అల్లుడిని
పంచడం...
అత్తమామలను దంచడం
ఆత్మీయులను తుంచడం
నమ్మినవారిని వంచించడం
ఊరేగింపులు ఉత్సవాలు
మండపాలు, పంటకాలు కాదు
రెండు హృదయాల కలయిక
బంధువులు చేరిక
మంచి పోకడలు కూడిక
అలసిన మనసుల ఊరట
ఆదిదంపతుల ఆదర్శమే
సీతారాముల కలయికే ఈ వేడుక

12. నేటి విందు

అడుగడుక్కో గల్లి
అరడుగుకో కిళ్ళీ
బజారు తిళ్ళు
బేజారెత్తించు ఒళ్ళు
ఇంటి పొయ్యిలు మూగబోయి
క్యాంటిన్లు కర్రీపాయింట్లు క్యాంటిటీ పెరిగే
ఆరోగ్యానికి పాయింట్లు కరిగే
కలిసి కూర్చుని తినే తిండి మాయమయ్యే
నడిచి తిని తిండే మోజులయ్యే
బొగ్గుపులుసు వాయువులు అగరు పొగలై
బస్సు కార్ల హారన్లు వాయిద్యాలై
డ్రైన్ల శివారులు సువాసనలై
చెంచాడు నీటిలో కందాలు కడిగి
వడ్డించే వంటలు రంగుల హంగులు
నోరూరించే వేళ రయ్యన వెళ్ళి
అపూరూపంగా ఆరగిస్తూ అస్వాదిస్తూ
టేస్టు బెస్టని రోస్టుల ఫెస్టు అని
రెస్టు లేకుండా వేస్టు పేస్టులు తింటు
బస్టు పెంచి బస్సు ఎక్కలేక
అంబులెన్సులో ప్రయాణం
నేటి మన భోజన యానం

13. సుఖ సంసారం

అవిటిదయిన అత్తగారు
అంధురాలయిన కోడలు
మూగదయిన ఆడపడుచు
మాటలు రాని మనసున్న మొగుడు
డూ డూ బసవన్న వంటి మామగారు
కలిసుంటే అదే సుఖ సంసారం

14. అందం

రంగుబాటిళ్ళ మోజు
మట్టి పూతల మసాజు
రంగురాళ్ళ మెరుపులు
మనస్సులోనే కులుకులు
పైపై పూతలు రంగుల అద్దకాలు
క్రీముల రాతలు పెన్సిల్ గీతలు
పౌడరు అత్తరుల గుబాళింపులు
ఒట్టిపోయిన ముఖానికి
జుట్టు రాలిన తలకాయలకు
తెచ్చిపెట్టవు అందాన్ని
మాటలో మాధుర్యం
మనసులో స్వచ్ఛత
చేతలలో ప్రేమ
పెదవిపై హృదయపూర్వ చిరునవ్వు
నిజమైన అందం
బ్యూటీకై తపనతో జేబులకు లూట
రోగాల జాడి మన బాడి
అందం అంటే ఆనందం
ఆనందం ఉంటేనే అందం
ఆరోగ్యం ఉంటేనే అందం

15.చిలిపి ప్రేమ

చేతిలో పువ్వు
మనస్సులో లవ్వు
నువ్వు నో అంటే కెవ్వు
యస్ అంటే మనస్సు ఇవ్వు
కాదు ఇది కొవ్వు
పెట్టలేదు చెవిలో పువ్వు
ఎందుకా నవ్వు
నాకిష్టం నువ్వు

16. జై ఆంధ్ర

తెలుగుతల్లి గర్భాన జన్మించినాను
తెలుగు బడిలో చదివినాను
తెలుగుతల్లి వడిలో ఆటలు ఆడినాను
అలాంటి నా తల్లికి నిలువ నీడలేదా
అమ్మని పంచుకున్నా
బంధాన్ని తెంచుకోవద్దు
అంధకారంలో లేరు ఆంధ్రులు
అందరిలో ఆద్యులు ఆంధ్రులు
స్నేహధర్మాన కర్ణులు
సాహసాన విక్రమార్కులు
ప్రపంచానికి అన్నం పెట్టు రైతన్నలు
జ్ఞానం విజ్ఞానంలో ముందున్నాం
సహనం శాంతములో ముందున్నాం
చక్కని సంస్కృతి మన సంపద
మనకు మనమే సాటి
మనకు లేదు పోటీ
ఆంధ్రా అవ్వాలి మరో అయోధ్య
జై ఆంధ్ర మాత

17. ఇలా ఉంటే భలే ఉంటుందే

దుత్తలాంటి అత్తకు రావాలి
మెత్తని కోడలు
కత్తిలాంటి కోడలకు
అత్తలేని ఇల్లు కావాలి
అమ్మానాన్నల ఆస్తి కావాలి
వాళ్ళ అస్తికలైపోవాలి
వారసుడు కావాలి
తోబుట్టువులు పోవాలి
సంపద సిరులు వరాలై రావాలి
స్నేహితులు బంధువులు మాయమవ్వాలి
హంగులు, ఆర్భాటాలు కావాలి
ఆప్తులు, అప్పులు పోవాలి
నాకు నేను చాలు
ఈ కోరిక మేలు
ఏ.సి.లు కావాలి
ఎదుటివారికి గోచీలు రావాలి
ఇలా ఉంటే భలే ఉంటుంది.

19.యోగ

నేటి తరానికి సంజీవని
ఆరోగ్యానికి సోపానం
అనారోగ్యాలు మాయం
ఆదర్శ సమాజమే ధ్యేయం
భారతావని భాగ్య
వేద పురుషుల వాక్యం
అపార సంపద యోగ
యోగాతో నేటి యువతరానికి భోగం
చెడు అలవాటులకు దూరం
మారాలి నేటి తరం

18. కవిత

కవిత కాదు ఇది
కదిలిన నా హృదయం
ఉద్వేగం కాదు ఇది ఉన్నమాట
అతిశయోక్తి కాదు ఇది
అంతరాత్మ
పైపై పలుకులు కావు ఇవి
ప్రేమతో పలికిన పలుకులు ఇవి
పొగ కాదు ఇది
పొంగిన నా మనస్సు

20. నేటి బ్యాలెట్

బ్యాలెట్...
కాసుల వర్షం కురిపించే పాంప్లెట్
రాజకీయ నాయకుల చేతికి ఆమ్లెట్
ప్రగతికి ప్రజాస్వామ్యానికి ఎసరు పెట్టు
అభివృద్ధికి ఉసురు పెట్టు
నేటి సమాజానికి గొడ్డలి పెట్టు
ఇది చాలా సిగ్గు చేటు
బ్యాలెట్ డబ్బా... అభివృద్ధికి అడ్డా...
ఓటుకు నోటు మంచిది కాదు....

21. నా అల్లుడు

రొయ్య మీసాల కుర్రాడు
ఎర్రని బర్రోడు
వీసా ఉన్నాడు
కారు, షికారు, హుషారు ఉన్నాడు
కనిపించని కసాయి చిన్నోడు కన్నా
కర్రిగా ఉన్నా కరుకైనోడు
కరుణగలోడు కరిగేవాడు
మనసున్నవాడు మానవత్వపు రేడు.
కష్టాలకు తోడు అయ్యేవాడు
నా కూతురికి సరైనోడు
నాకు వాడే అల్లుడు
రంగు రంగు అద్దాలు
రకరకాల మాటలు నా కూతురికి వద్దు
నాతిచరామి అన్న బాసలు కావాలి
తప్పుడు యాసలు లేనోడు రావాలి
చెవిపోగు, జులపాలు
కార్లు, మేడలు
ఫేసుబుక్కులు, న్యూలుక్కులు
క్లబ్బు పబ్బులు లేనోడు
నా కూతురికి సరైనోడు
నాకు వాడే నిజమైన అల్లుడు
నా కుండకూడదు ఏ గిల్లుడు

22. ఇంతేనోయి ఇది ఇంతేనోయి... ఇదంతా నిజమేనోయి...

జీతం గీతం జాంతానై
మంచి మమత మరుపేనోయి
బంధం బంధువు భ్రాంతేనోయి
బలం బలగం అంతేనోయి
బలుపు కులుకు ఖాళీ నోయి
అలుపు సొలుపు మనదేనోయి
తీరుతెన్ను లేనే లేదోయి
దిక్కు మొక్కు రానే రాదోయి
ఎవడి గోల వాడిదేనోయి
ఎదవ బతుకులు ఇంతేనోయి
మెతుకులకై వెతుకులోయి
ఏడుపు గీడుపు ఎదలో నేనోయి
రాయి రప్ప మనమేనోయి
దేవుడు దయ్యం మనమేనోయి
నేను చెప్పింది వినవోయి
రాత్రి పగలు ఒకటేనోయి
రచ్చ పిచ్చ మిగిలేనోయి
గతి మతి లేనే లేదోయి
సతి, గతి సద్గతి రానేరాదోయి
ఇంతే ఇది ఇంతేనోయి
ఇదంతా నిజమేనోయి

23.కవిత్వం

కవిత్వం లైఫ్ లాంటిది
అర్ధముకాని వైఫ్ వంటిది.
పెడ అర్ధములవారికి నైఫ్ వంటిది.
వినేవాడికి లవర్ వంటిది
విసుగుపడేవాడికి ఫ్లవర్ వంటిది

24.మట్టి తలపులు

అలో లక్ష్మణ అన్న బతుకులకు
మెతుకులడిగా
చిరిగిన చీరలున్న ఆడపడుచులకు
గుడ్డలడిగా
మట్టి చేతులతో మెతుకులేరే బతుకులకు
మట్టి
పలకలు ఇవ్వమన్నా
బట్టనలగని జుట్టు చెరగని నేతలను
బడుగుజీవుల రాతలు మార్చమన్నా
తప్పు మాటలు, పిచ్చి రాతలు
మానమన్నారు
గీతలైతే వాతలతో మార్చగలమన్నారు
బ్రతుకు బాధలు మార్చలేమన్నారు
కర్మ తప్పదు అనుభవించమన్నారు
ఎంత అడిగినా అడుగులు మారవన్నారు
అచ్చు తప్పులు ఉన్నవన్నారు
వట్టిమాటలు.. మట్టి తలపులు
మానమన్నారు

25.కవి

కవి హృదయం అమ్మ ఒడి
కవి కలం ఉదయించే అరుణోదయం
కవి గళం చైతన్యపూరిత శంఖారావం
కవి కులం మానవత్వం
కవి ఆశయం సర్వమానవ
సౌభాతృత్వం
కవిత్వం మానవ నాగరికతకు నిదర్శనం
కవి కోపం తొలగని శాపం
కవి శోకం కలియుగాంతం
ప్రతి మనిషిలో ఉన్నాడు కవి
తట్టి లేపండి మరి
మీరు అవుతారు ప్రపంచానికి రవి
సృష్టికి ప్రతిసృష్టి కవి
దృష్టికి దర్పణం కవి

26. కవిత్వం

కవిత్వం అంటే కాదు పైత్యం
మానవత్వానికి మార్గదర్శకత్వం
మన వేదాంత తత్వం
జీవితానికి సత్యం
కాదంటే అమానుషత్వం
ఆదుకోకపోవడం అమాయకత్వం
కవిని తిట్టినవాడు కారడవిలో పుడతాడు
కవిని కొట్టినవాడు కాటికి పోతాడు.
కాదన్నా ఔనన్నా ఇది నిజం
తెలుసుకోవడమే మానవ నైజం

27. న"వీన్"

ఎ. నేనొక కిక్కు – జి.ఇ.సి. నా లక్కు
ఇంట్లో కుక్కు–నాకుండకూడదు హుక్కు
వేసుకుంటాను టక్కు–నాకు లేదు టెక్కు
ఇలా మాట్లాడటం నా జన్మ హక్కు
బి. నేనోకగన్ – నాకు కావాలి ఫన్
నా జీవితం ఒక రన్ – నాకొక సన్
ఇదే నా "విన్"

సి. నేనొక బీరు – నాలో ఉంది జోరు
ఇస్తాను షేరు – వింటే హుషారు
నా మనస్సు సీషోరు – వినరా కిషోరు

డి. కవిత నాకు హాబీ – కలం నాకు బేబి
కవితను వరించాను – కాలాన్ని జయిస్తాను
నందిని పందిని చేయగల నచ్చిన శ్లోకం

28. నేటి గుడి – బడి

ఎ. అడుగడుగునా గుడి అరడుగుకో బాబా ఒడి
గుడిలో భక్తి లేదు బాబా ఒడిలో ఓదార్పు లేదు
ఆదుకునేవాడు లేదు – ఆదర్శమైనవాడు లేదు
ఎందుకు గుడి – ఎందుకు ఒడి –
అంతా ఆర్తనాదముల సవ్వడి

బి. అడుగడుగునా బడి – అరడుగుకో ఒరవడి
బడిలో చదువు లేదు – ఒరవడిలో నిజం లేదు
బట్టీకొట్టుడు బండ ప్రయాసలు
సేద తీరే ఆవాసం – కాదు ఈ నివాసం
జ్ఞానం లేదు – నైపుణ్యం రాదు
ఎందుకొచ్చిన చదువు – ఏమైపోతుంది పరుగు
జీతం కోసం కాదు చదువు
జీవితం కోసం కావాలి చదువు
బడి – గుడి – అమ్మ ఒడి
స్వచ్ఛమైన గుండె సవ్వడే స్వర్గం
ఇవి అర్థం కాకపోవడం నరకం

29. రాబోయే రోజులు

మండే గుండెలు మండే గుండెలు
ఎండల మాటున పగిలే గుండెలు
ఎడబాటుల చాటున నలిగే గుండెలు
ఆకలిమంటల హారతి వెలుగులు
అనాథ ప్రేతాల ఆర్తనాదాలు
దరికిరాని ఆదరణ–అంతుచిక్కని ఆత్మీయత
మృత్యు గంటలు మారు మ్రోగుతూ
అనారోగ్యపు ఆక్రందనలు
నోటమాట రాక అలసిన పాటలు
గుండెలోతులలో అగ్నిశిఖల ఎక్కిరింపులు
ప్రపంచమంతా మారణ హోమం.
ఫిరంగి మోతల వాయిద్యాలు
ధనాన్ని దాచే పిశాచాలు
అధికార దాహపు అకృత్యాలు
మానం, ప్రాణం, మానవత్వం
మాయమయ్యేను
సహనం, శీలం శిధిలమయ్యేను
శాంతం, ప్రశాంతం ఆహుతయ్యేను
ఎదలు పగిలెను సొదలు మిగిలెను
జ్వాల రగిలేను... గుండె పగిలేను
కారుమేఘాల వలయాలు
కారుణ్యం లేని యాగాలు కానరావు
త్యాగాలు
స్వార్థం చేసే సందడులు పెదార్థాల
పందిరులు
తరులు, ఝురులు, సిరులు, గిరులు
కరిగిపోయేను
కలిసిరాని కాలపు వేడి నిట్టూర్పులు
కలలు పండక కనులు నిండును
మేను తడవని, పసిడి పండని
జడివానల సెగలు వచ్చును
జరుగుబాటు లేక నిలువ నీడ లేక
వెన్నెల లేక వసంతాలు రాక
నలిగిన బతుకులు – కూలిన సొగసులు
అరిగిన ఆత్మలు ఆవిరి బతుకులు
అంధకారం అజ్ఞానం అతి స్వార్ధం
వ్యర్థపదార్థాల సహవాసం దోమలకి
నైవేద్యం
స్మశానమై మన నివాసం
యమలోకపు ఆహ్వానం... యమభటుల
ఆతిథ్యం
రాబోయే రోజులు... రాబోయే రోజులు...
కనిపిస్తున్నాయి కలిపురుషుడు కాలి జాడలు

30. మార్పు కావాలి

కవిని కావాలనే నా ఆశ
కలం కొనేలోపు కరిగిపోతుంది
కాగితంపై రాసేలోపు మారిపోతుంది
శ్రోతను వెతికేలోపు సొలసిపోతుంది
అలసిన హృదయాలకు
కవిత్వం అరుదైన ఛాన్సు
కాని రాసేవాడికి లేదు.
నేడు ఏరొమాన్సు
ఆకలి బాధ ఆకుల మోత
అటుకుల గింజలు
ఆరని మంటలు
ఏంటి స్థితి ? మారాలి ఈ పరిస్థితి ?

31. కృష్ణ ఆర్ట్స్ & కల్చరల్ అసోసియేషన్

మంచి మాష్టార్లు నందికి మెగాస్టార్లు.
సత్యదేవుని ఆశీస్సుల సత్యన్నారాయణ గారి
కృష్ణా ఆర్ట్స్ & కల్చరల్ అసోసియేషన్
నేటి సమాజానికి ఆయుష్షును పెంచి
ఉషస్సును తేజస్సును అందించు ఔషధం
కాజావలి గారి అడుగులు
శ్రీరం వారి అభినయం
నరసింహుని అహంకారములు
హితవును పలికే హితేషుడు
బసిగెళ్ళ అట్టహాసం
మాల్యాద్రి మరకలు శౌంఠి వారి సంగీతం
ముకుందిని మురిపాలు
నాగేశ్వరుని నడకలు
భవాని అలకలు
మల్లేశ్వరుని మాటలు
పల్లెబాట రాజా గారి ఆదరణతో
వసంతవాడగా నెరుసు వారి మెరుపులతో
నవీన సంతోష సాగర కళా కిరణమై..
చైతన్యవంతమై...
కళామతల్లికి ప్రసాదమై..
నేటి తరానికి వరమై..
గుడివాడకు గరి
వెలుగులు చిమ్ముతూ విలువలు పంచుతూ
సాగే ఈ సరిగమ సప్తవర్ణ కళాతోరణం
హిమశ్వేతాంబుగా నాకు పుట్టిన
పితృదేవోభవ నాటకం నాకు వరమై
తీర్చుకోలేని ఋణమైంది.
అజరామరమైంది
"జై కృష్ణ ఆర్ట్స్ & కల్చరల్ అసోసియేషన్"

32. గురువు

జన్మనిచ్చేది తల్లి
జ్ఞానం ఇచ్చేది గురువు
జీవితం ఇచ్చేది చదువు
గురువు గ్రావిటీ
శిష్యుడు కావిటీ
గురువంటే స్వార్థము లేనివాడు...
సమర్ధుడు... సాహసి...
సర్వాంతర్యామి...
సహాయం చేయువాడు... సరళరేఖ...
సరస్వతి పుత్రుడు...
బతుకు సమరాన మిత్రుడు....
అందరికీ ఆప్తుడు... ఆరాధ్యుడు....
అంధకారాన్ని పారద్రోలే సూర్యుడు...
గురువు అరువు
ఆయనను చూస్తే ఉండకూడదు
బరువు
అర్ధమైతే పరువు... కాకుంటే దరువు
పూజించేవాడికి పోవును కరువు

33. కవి

కవి కర్షకుడు...
విజ్ఞాన విత్తనాలను నాటేవాడు...
కవి కాంతిని గురించేవాడు...
విషాదాన్ని తుడిచేసేవాడు....
కవి కాలం... విజయం...
కవి కథనరంగంలో వీర సైనికుడు....
కవి కలంలో విజ్ఞానాన్ని...
విషయ పరిజ్ఞానాన్ని అందించేవాడు...
కవి కలకాలం విద్యార్థి...
కవి కసి ఉన్నవాడు...
విమర్శలు కురిపించేవాడు ...
కవి కరుణ కురిపించేవాడు...
విలువలను పెంచేవాడు...
కవి కాలానికి చిరునామా...
విలువలకు చిరునామా....
కవి కావ్యకన్యకు వరుడు...
వినేవాడికి వియ్యంకుడు....
కవి కారు మబ్బులను విరిచే మెరుపు

34. విన్నపం

పదం పదం కలవకుంటే ప్రళయం కలిస్తే ప్రణయం
మనస్సు మనస్సు కలవకుంటే మరణం కలిస్తే పరిణయం
మాట మాట కలవకుంటే మౌనం కలిస్తే మంచితనం
చేయి చేయి కలవకుంటే ఇక్కట్లు కలిస్తే చప్పట్లు
కళ్ళు కళ్ళు కలవకుంటే కష్టాలు కలిస్తే ఇష్టాలు
నేను చెబితే ఒక్క క్షణం మీరు వింటే మధుర క్షణం
అందుకే ఈ నిరీక్షణం మంచి మనస్సులే మన సిరులు
ఒక్క క్షణం ఆలోచించండి నచ్చితే ఆచరించండి

35. పాపాలు

కారుణ్యం లేని కాలమిది
కాలాన్ని కదిలించే కార్యమిది

నవీన రాతలు ....మారాలి అభాగ్యుల తలరాతలు

కలియుగంలో కలికాల చేష్టలివి
ఆడపిల్లలపై హత్యలు, అఘాయిత్యాలు
సిరుల కోసం శ్రీలక్ష్మిని
చదువు కోసం శార్వాణిని
విజయాల కోసం శౌర్య కోసం పార్వతిని
మంచి కోసం, అరుంధతిని
జ్ఞానం కోసం గాయిత్రిని
పూజించే ఈ పుణ్య గడ్డపై
ఏంటి ఈ ఆగడాలు
అమ్మలక్కలపై వేదింపులు
వారి రోదనలే తీరని పాపాలు
చేయకండి నేరాలు
ఇవి మాసిపోని పాపాలు
తలకొరివితో కూడా తరలిపోని విషాదాలు

36.నేటి స్కూల్స్

మేనేజ్మెంట్ మమకారం
అధ్యాపకుల అహంకారం
విద్యార్థుల సహకారం
అదే రిజల్ట్స్ కి ప్రాకారం
ఫీజుల ధమాకా
ర్యాంకుల తమాషా... ఎందుకు ఈ నిషా
అర్థము కాని చదువులు
పెదాల గురువులు
పుస్తకాల బరువులు
ఉద్యోగానికి కరువులు
పోయే పరువులు
మార్పు రావాలి

37. నా కాంత

నా జీవిత కామ
చిటపటల బామ
అలకలతో కోమ
నీ భర్త నీకు డ్రామా
బిడ్డంటే ప్రేమ
ఓ దబాయింపుల దమయంతి
నా జీవిత చామంతి
మూడడుగుల మాయాపతి
మూతిముడుపుల మందమతి
తినబాకే నామతి
అవుతాననేనొక యతి
అందరికి కావాలి నువ్వు సుమతి
కావాలి చదువుల సరస్వతి
అందాలు నా భానుమతి

38. వర్షం

విరిసే మెరిసే ముత్యాలు
మాగాణికి పులకరింపు
మానవాళికి జీవధార
అమ్మ పాల కన్నా అమృతం కన్నా
జలధార మిన్న
ఈ వర్షం లేకున్న మానవ మనుగడ సున్న
పేదవాని అశ్రుధారలకు
ఆనకట్ట కట్టే అరుదైన జలధారలు
జలజల జలపాతాల హోరు
నిర్మలమైన నదుల జోరు
వర్షం వల్ల వచ్చే హుషారు

39. వైద్యోనారాయణో హరి

ఆయాసంతో హాస్పటల్కి వెళ్ళామా
సునాయాసంగా అడ్మిట్ అవుతాము

స్కానింగ్ తో రింగ తిరిగి
రక్త పరీక్షలతో మూత్ర పరీక్షకు
మూత్రం రాక ఎ/సిలో ముచ్చమటలు పోసి
ఊపిరాడక ఉలికి పడి
వెళ్దామని వైద్యుణ్ణి
హరి అని నమస్కరించి ప్రార్ధిస్తే
నీ ప్రార్ధన అర్థము కాక
బిళ్ళల బిల్లు ఇస్తే చిల్లర లేక అల్లరి చేస్తే
కిల్లర్ గా మారిన వైద్యుడు
కిడ్నీ లాగి ఇడ్లీలా అమ్ముతాడు
ఇదే వైద్యోనారాయణో హరి

40. ఇదా నాయకత్వం!

వంచనతో కూడిన మాటలు
ఆశ్రయం కల్పించని ఆశయాలు
కులాల కుంపట్లను రగిల్చి
మతాల మంటను పెంచి
మాయ మాటలతో – రోజుకో జెండా
మోజును బట్టి ఎజెండా
విగ్రహాలకు దండ
మాటలలోనే అండ
చేతలు లేకుండా
వారధి సారధి మేమేనంటూ
అతిరథ మహారథులుగా
ముద్ర కల్గి ముద్ద కూడా పెట్టలేని
మాయగాళ్ళ జూదగాళ్ళ నాయకులు
అయితే ఆ నాయకత్వం –
మన అమాయకత్వం

41. సాయినాథునికి విన్నపం

మతాలకు అతీతుడవు
ఆధ్యాత్మికతకు ఆనవాలువు
మానవాళికి బోధకుడవు
సత్యాప్రదీపుడవు
శాంతకాముకడవు
సమానత్వపు పూతోటవు
సాధుసంఘానికి మార్గదర్శకుడవు
మానవత్వాన మణిపూసవు
అవృత బిందువు నీ నామం
నవీనమైనది నీ ధ్యానం
సాత్విక మనస్సులకు కార్తీకదీపం
సూర్యకిరణం నీ తేజం
కరుణాసాగరం నీ నయనం
విజయం చేకూర్చు నీ ఆశీర్వాదం
రాఘవ నిలయం నీ ఆలయం
నీ నామస్మరణతో ఇల అంతా శ్రీనిలయం
స్వామి నీవు మరలా
మా ముందుకు రావాలి
మా ఎదలు పండాలి
మా శోధనల రోదనలు పోవాలి.
ఆకలి కడుపులు నిండాలి.
ఆర్తనాదాలు ఆవిరవ్వాలి.
అలిసిన హృదయంలో ఆనందం ఉండాలి.
అందరం కలిసి నడవాలి.
ఆలోచనలు ఒకటై ఉండాలి.
రాతలు మారాలి
మా రోతలు పోవాలి

42. వ్యర్థ పదార్థాలు

దానం ఇవ్వని ధనం

నవీన రాతలు ....మారాలి అభాగ్యుల తలరాతలు

ధర్మాన్ని కాపాడని బలం
జ్ఞానం లేని కలం... ప్రేమ లేని స్థలం...
వంచన కలిగిన మంచితనం
సౌశీల్యం లేని సంతానం
చెడు విషయాల శ్రవణం... భక్తి లేని కీర్తనం...
ఆచరణ కాని స్మరణం... స్వార్థపూరిత వందనం
సంస్కారం లేని సఖ్యం
మనో నిగ్రహం లేని ధ్యానం
కల్మష భావనల పాద సేవనం
అపార్థాల దాంపత్యం
ఆత్మీయత లేని అర్చనం... తృప్తి ఇవ్వని కాచనం
అధికార దాహపు ఆలోచనం... ఆదరణ లేని బంధం
అభాగ్యుల లంచం... రక్తపు కూడు కంచం....
మోసపూరిత మంచం... పైపై మెరపుగుల ముఖం...

అర్హత లేని వారసత్వం... నీతిమాలిన నాయకత్వం.....
ఆదుకోలేని మాటల గుణం
కదిలించలేని కవిత్వం
ఆచరణ కాని మతం
ఆశయం లేని ఆయుధం
మాయతో కూడిన మానవత్వం
పాపాల పనికై బలిసిన జవసత్వం
స్పందన లేని స్నేహబంధం
అసూయతో కూడిన ఆలింగనం
అరమరికల అనుబంధం
కామపూరిత కారుణ్యం
అనాథలపై హాస్యం
అభాగ్యులకు జోస్యం
సాగు చేయలేని పొలం... ఇవన్నీ వ్యర్థం
దుష్పరిణామాలకు కారణం
ఇవి తెలుసుకొని మసులుకోవటమే మానవ జీవిత పరమార్థం

43. మన కత అంతే

చెట్లు నరికి నీటిని వృధా చేసినా
కాలుష్యాన్ని పెంచినా
అణుబాంబులు వాడినా
ఆదర్శాలను వీడినా
హద్దులు దాటినా
దారిద్ర్యాన్ని పెంచినా
అధర్మానికి కొమ్ము కాసినా
ధర్మాన్ని తప్పినా
మన కత అంతే
అంతు చిక్కదు అంతే .. మన పని ఇంత

44. బారు

గాంధీ పుట్టినప్పుడు
అయిన వెంట నడిచినప్పుడు
గాంధీగారు గాంధీగారు అన్నారు
ఇప్పుడు బ్రాందీగారు బ్రాందీగారు
అంటూ బారుల వద్ద బారు తీరి
తీర్థం కోసం తపనతో
తనువును తనను నమ్మిన వారిని తాకట్టు
పెట్టి
తలకొరివికి సిద్ధపడి
సిప్పు చాలు చెప్పుతోనైనా కొట్టు
అంటూ అడుక్కుంటూ
మత్తు మైకంలో చిత్తు అవుతూ
తల్లిని తిట్టి... భార్యని కొట్టి
పిల్లల పని పట్టి....
అల్లరి చేస్తూ... అసభ్యంగా మారి...
ఆరోగ్యం లేక... అనాధ ప్రేతంలా...
హతమవుతున్నారు.
త్రాగుడు మానండి... తీరుని మార్చండి
భావిభారతావనికి... బాసటగా నిలవండి

45. రేవ్ పార్టీ

పందుల గుంపు
పరుగు పరుగున వచ్చి
బురదలో దూకి... బర బరా లేచి....
ఈ కంపే మనకు ఇంపనుకొని
కొంపలు ముంచే పని చేస్తూ
కాలాన్ని ఖర్చు పెట్టి
మానాన్ని పంచి పెట్టి
గంజాయిని ఒడిసిపట్టి
హుక్క పొగలే ఆనందమనుకుంటే
అర్థము కాకుండా ఉంటాము
రేవులో పడి
బండ బతుకు బెటరు.
పార్టీ అనుకుంటూ... పాడి ఎక్కుతాము
ఏందిరా బాబు ఈ రేవ్ పార్టీ
చీకట్లో చిందులా... చితికిన బ్రతుకులా...
వద్దురా ! వద్దురా !

46. జై అమరావతి

అమరావతిలో క్షామం హారతి కావాలి
నిరంతరం వనాలు రావాలి
తరులు పెరిగి గిరులు నిండాలి.
జలము పారి జీవం పెరగాలి
ఉపాధి పెరిగి ఉజ్వల భవిత రావాలి
విలువలు పెరిగి విజయాలు రావాలి
ధాన్యకటకమై ధర్మపదాన నడవాలి.
తెలుగు తల్లికి తెరలు తొలగి
విశ్వ విఖ్యాతమై విరాజిల్లాలి.
జై అమరావతి జై జై ఆంధ్రప్రదేశ్

47. డెహరా బాబా

అబ్బో బాబా వచ్చాడు.
భగవంతుడు మరలా పుట్టాడు
బతుకులు మారతాయి
బాధలు పోతాయి
బరువులు కరువులు రావు
అని గంతులు వేస్తే
మనసుకు గంతలు కట్టుకొని
అతుకుల బొంత ప్రసంగాలకు
పరవశించి పరమార్థం తెలియక
అర్థాన్ని పోగొట్టుకొని పెడార్థాల దారిన పడి
ఆత్మయే దేవుడని తెలియక
డేరాలో ఉన్న బాబా అని నమ్మి
నిన్ను నువ్వు అమ్ముకుంటే
వాడు రామ్మా అంటు రమ్ము కొట్టి
రొమ్ము విరిచి నిలబడతాడు
ఇదే నిజరూప దర్శనం అనుకొని
హడావుడి పూజలతో
చిల్లర పోగుచేసి
ఇల్లు గుల్ల చేసుకొని గల్లీలో ఉంటాము
ఇకనైనా చిల్లర పనులు మాని
బాబాని మట్టు బెట్టి
నిన్ను నిలబెట్టుకొని
కనికట్టుల పని పట్టు
లేకుంటే డేరా బాబాపై ఒట్టు
ఇది నమ్మకపోతే నీ పని ఫట్టు

48.సినిమాలు – టి.వి.లు

దూరంగా ఉండి దరికి చేరే శని....
దూరదర్శిని
కోడికూతలు వినిపించవు.
కులాసాల కబుర్లు కనిపించవు
తుమ్మచెట్టు, పెంకిటిల్లు,
కొబ్బరిమట్ట, కాకిరెట్ట అంటూ
పనికిరాని నాటికల గోల
తినే తిండికి రుచి తెలీదు
మాట్లాడే మాటకు పొంతన ఉండదు.
మౌనమే సమాధానం
బరువు పెరిగి జీవితం భారం
మెదడు మొద్దుబారి
మోములు నల్లబారి
చదువులు అటకెక్కి
సంబంధ బాంధవ్యాలు బీటలువారి
జీవితం ఎండుటాకులా
గమ్యం తెలియని సీరియల్గా
సాగి ఆగిపోతుంది

49. పాపం సన్నజాజి

చల్లని సాయంత్రము వేళ... సన్నజాజి
పందిరి క్రింద...
సద్దుమణిగిన సమయంలో... సరసాల
చిలుకా గోరింకల జంట...
కనుల పంటగా అన్యోన్యంగా ఉండగా...
చుంబనాల చరకలతో ఆలింగనాల
ఆవిరితో... అలిసిన కూతలతో...
చేసే అల్లరికి సిగ్గుపడింది సన్నజాజి...
వేడి నిట్టూర్పులతో వాడిపోయింది....
నాలిక కరిచి నారలా సాగిపోయింది...
పాపం సన్నజాజీ పాపం సన్నజాజి...

50. జిఇసి

జగమంతా మెచ్చిన సత్యం
సాంకేతిక పరిజ్ఞానమే
అనునిత్యం
భవితకు మార్గదర్శకత్వం
విద్యార్థులకు జిఇస్ ఆణిముత్యం
శేషాద్రి గారి ప్రతి క్షణం
ప్రగతి పథం
సమస్తం జ్ఞానమయం
ఇది మన సమిష్టి కృషికి నిదర్శనం

51. ఎస్. ఎస్.ఎస్. (నేషనల్ సర్వీస్ స్కీమ్)

సమాజ సేవ అనే సమరానికి
సిపాయిలను తయారుచేసే
జాతీయ సేవా పథకానికి...
సలాం చేస్తున్నాం
విద్యార్థులకు ఓర్పుని....
నేర్పుని నేర్పిస్తుంది
వారి ఉజ్వల భవిష్యత్తుకు
మార్గాన్ని చూపిస్తుంది
దేశానికి రాష్ట్రానికి ఆదరువై
అందరికీ క్రాంతిని
శాంతిని ప్రసాదిస్తుంది

52. నా బడి (జిఇసి)

జిఇసి విద్యావనం
శేషాద్రి గారి నిలయం
సరస్వతి ఆలయం
మా అధ్యాపకులే మా సర్వం
విద్యార్థుల భవితకు ఒక వరం
విద్యార్థులే మా సర్వస్వం
వారి పురోభివృద్ధియే మా ధ్యేయం
విద్యార్థుల మూర్తిమత్వం మా ఆశయం
సర్వ మానవ సౌభాతృత్వం మా మతం
మాతృప్రేమ తత్వం మా గుణం
మానవ మనుగడకై మా ప్రయత్నం
విజ్ఞానం జయతి మా నినాదం
మానవత్వం మా ఆయుధం
మా వ్యవస్థాపకులే మా బలం
రవీంద్రుడి సారథ్యం మాకు ఆనందం

53. జాతీయ సేవా పథకం

ఎన్.ఎస్.ఎస్. అనుబంధం
యుగయుగాల బంధం
పదిలమైన మనస్సుతో
ప్రయాణిద్దాం పదిమందికి మేలు చేద్దాం
పవిత్రమైనది మన మార్గం
ప్రజా సేవయే మన లక్ష్యం
విద్యార్థుల ఉన్నతి మన ధ్యేయం
మంచిని పెంచుదాం
మానవతను చాటుదాం
కాంతి మనది క్రాంతి మనది
జాతి మనది జయము మనది
జై ఎన్.ఎస్.ఎస్. జైజై ఎన్.ఎస్.ఎస్.

54. పండుగ

తీన్మార్ డప్పులతో
చప్పట్లు, చిందులలో
తప్పటడుగుల కుప్పిగంతులతో
రంగుల హంగులతో
మైకుల మోతలతో
దేవుణ్ణి భయపెట్టి
భక్తుల పని పట్టి
ఇదే దైవత్వమని
కాదంటే చాదస్తమని
వాదిస్తూ పండుగలు
జరుగుతుంటే
పాపం దేవతలు
తెల్ల ముఖంతో వెళ్ళిపోతారు.
పండుగలు వద్దని పారిపోతారు

55. జన్మభూమి

నేను ఒక వ్యక్తిని
సంఘానికి శక్తిని
అంతులేని యుక్తిని
అందమైన వత్తిని
అందులోన చమురు కోసం
ఆర్తి తోడ వెతికితిని
అగుపించెను అగుపించెను
ఆ చమురు శక్తి
అందులో ఉంది తెలుగు జాతి భక్తి
మనమంతా ఒక్కటై
మన భూమిని కాపాడుదాం
మానవుడే మహాత్ముడని
ఎదలన్నీ తెల్లనని
మంచి పనులకు వారధై
అమరావతిని నిర్మిద్దాం

56. నేనింతే

చిరుతపులి చిందులు తొక్కినా
సన్నజాజి సైగ చేసినా
మల్లెపువ్వు మూగబోయినా
ఆగదు నా కవిత
వనిత వంటి ఈ కవిత
నా హృదయములో ఎన్నో ఊహలు
నన్న వెన్నుతట్టి లేపాయి
వెలుగుతోన నింపాయి
విచ్చు కత్తిలా దూసే ఈ కాలాన్ని
విరగబడి నవ్వే ఈ లోకాన్ని
లెక్కచెయ్యను... చెక్కు చెదరను...
నేనే రాజును.. నేనే రవిని.. నేనే విశ్వాన్ని
అంటు పిచ్చి పాటలు పాడతాను
పిల్లలతో ఆడతాను... అల్లరి చేస్తాను....
నన్నెవరు ఆపలేరు
నేనేవరికి తలవంచను
నేనింతే ఎవరేమన్నా... నేనింతే

57. జై జై రైతన్న

కంటినిండ కునుకు లేకున్నా.
వాన చినుకు లేకున్నా
ఆకలిమంటలు ఎగసిపడినా
ఆదుకునే నాథుడు లేకున్నా
లాభనష్టాలను బేజారు వేసుకోకుండా
వడిసిపట్టిన నాగలి విడవకుండా
పుడమిని చీల్చి స్వేదంతో సేద్యం చేసి
పసిడిని పండించి
నలుగురికి అన్నం పెట్టే
నీవు పస్తులుండి
ఇల్లాలి పుస్తెలు అమ్మి

నవీన రాతలు ....మారాలి అభాగ్యుల తలరాతలు
ప్రపంచానికి శక్తివై
మా అందరి పూజ్యుడవైనావు
నీకు రావాలి మంచి రోజులు
మారాలి తలరాతలు

58. వందేమాతరం

సుజలాం సుఫలాం మాతరం
వందేమాతరం మనదే ఈ తరం
తరం తరం మారుతుంది...
అంతరాలు పెంచుతున్న ఈ కాలం...
రండి రండి... రండి రారండి...
కలిసి రండి... కదిలిరండి...
నవసమాజ నిర్మాణ నాయకులారా !
వివేకానందుని వారసులారా !
జీవధాత్రి జ్ఞాననేత్రి మన ధాత్రి....
జీవమున్న సారమున్న భరతావని...
గతి తప్పి సాగుతుందిరా...
మతి తప్పి తూలుతుందిరా...
వందేమాతరం వందేమాతరం....
అల్లూరి కందుకూరి టంగుటూరి
మనవారే...
భగత్సింగ్ నేతాజీ నెహ్రూజి
మనవారే...
వారందరి స్ఫూర్తికి ప్రతిరూపం నీ
రూపం...
ఆ విషయం మరవబోకురా.... ఆ
స్ఫూర్తిని విడవబోకురా....
గాంధేయం వదిలారు...
గంగ నీరు మరిచారు...
మత్తులోన మునిగేరు...
మానవతను మరిచేరు...
పబ్బులోన పాటలతో క్లబ్బులోన
కేకలతో....
కట్టుబొట్టు మార్చుతూ కట్టుబాట్లు
తెంచుతూ....
చెడు స్నేహపు ముసుగులో సర్వం
కోల్పోతూ...
నీ లక్ష్యం మరిచిపోకురా...
నీ గమ్యం విడబోకురా....
జ్ఞానం విజ్ఞానంలో మనమే
ముందున్నాం...
దానం, ధ్యానంలోను మనమే
ముందున్నాం...
సహనం శాంతానికి పుట్టినిల్లు మన
భూమి...
చక్కనైన సంస్కృతికి చుక్కానే
మనమయినాం....
మనకు మనం సాటిరా... ప్రపంచాన
మేటిరా...
విదేశాల మోజులను పెంచుకోకురా...
మాతృ ఋణం తీర్చుకొనుట
మరిచిపోకురా...
వందేమాతరం వందేమాతరం....

59. వందనం

వందనం శతవందనం...
భరతజాతికి భవిత చూపిన
భాగ్యదాతకు...
వందనం శత వందనం...
ఓర్పు నేర్పుకు పుట్టినిల్లు...
ఉర్విలో కాంతి కిరణం...
జగతి వెలుగుకు జ్ఞాన బీజం....
మానవత్వపు మాతృ రూపం....
వందనం శతవందనం...
మతాలన్నీ ఒక్కటంటివి...
సమానత్వపు సమరమంటివి...
యువత జాతికి వజ్రమంటివి...
శ్రద్ధ లేనిదే కర్మలేనిదే బ్రతుకు లేదని....
హితవు పలికిన మూర్తికి....
వందనం శతవందనం...
కొదమసింగం పరుగు నీవు...
పిరికి గుండెల సింహబలుడవు...
విస్తరిల్లిన విశ్వశాంతికి....
స్రష్ట నీవే వీరుడా...
యుగద్రష్ట నీవే వీరుడా....
భరతమాత ముద్దుబిడ్డవు...
పరమహంసుని ప్రతిమ నీవు....
మా మదికి వివేకము ఆనందము నీవే...
జై వివేకానంద – జై జై వివేకానంద

60. భలే నాయకుడు

నేనొక వరదను అంటు
మనకు పూస్తాడు బురదను
నేనున్నాను మీ కోసం అంటు
కోస్తాడు కుతికలు
వరాలు ఇస్తానంటు
భారాలు పెంచుతాడు.
నరనరాలు చించుకుంటు
నాట్యము చేస్తాడు
వెన్నుతట్టి లేపుతాడు
వెక్కిరించి నవ్వుతాడు
దేశనాయకుడు నేనుంటు
దరిద్రుల దుంప తెంచుతాడు.
శక్తినంటు వ్యక్తినంటు వ్యవస్థనంటు
మంచిని బోంచేస్తాడు
మానవత్వాన్ని మట్టు పెడతాడు
మురికివాడలు నావంటు
మల్లెపువ్వులు మీవంటు
నమ్మించి నక్క వినయం చూపుతాడు
నచ్చినవన్నీ నావంటాడు
నచ్చనివన్నీ మీవంటాడు
మనవెంటే ఉంటానంటూ
మనని మాయం చేస్తాడు.
భలే నాయకుడు
భలే భలే నాయకుడు

61. నేటి మానవుడు

లేదు జాలి వీడికి
లేదు భయం వీడికి
లేదు సిగ్గు వీడికి
దొర నేను అంటాడు
దొంగతనం చేస్తాడు
దర్జాగా ఉంటాడు
దర్పాన్ని చూపుతాడు
నోటి మాట అబద్ధం
నడిచే నడక విరుద్ధం
నీతిని బోధిస్తాడు
న్యాయం భోంచేస్తాడు
సత్యమేవ జయతే అని
అన్న మాట తప్పని
సంపదేవ జయతే అని
హృదయమంతా స్వార్ధంతో
ఊహలన్నీ ఆశలతో...
అసూయ ద్వేషంతో
నింగికి నిచ్చెన వేసి నక్క వినయం
చూపుతాడు
నయవంచన చేస్తాడు
మమకారం వీడి... బంధాలను తెంచుతాడు
భయం లేక తిరుగుతాడు
నముకున్న వారిని నట్టేట ముంచుతూ
న్యాయమైన మనిషిని నేనంటూ...
నమ్మపలుకుతాడు
ఉలికిపడకు మిత్రమా
ఊరంతా ఇంతే మన పని అంతే

62. విశ్వకర్మ పుత్రులు

జయము జయము జయము
విశ్వకర్మ పుత్రులారా
శుభము శుభము శుభము
పంచవృత్తి యోధులారా
సృష్టికి ప్రతిసృష్టి మీరు
దృష్టికి సమదృష్టి మీరు
వీరభోగవసంతుని వారసులారా
తెలుసుకోండి తెలుసుకోండి సోదరులారా
మరవకండి మరవకండి మహివీరులారా
ఘనచరిత్ర కలిగిన కలియుగ వైతాళికులు
జగతికి జీవం మీరే కదా
పుడమిని చీల్చే నాగలి మీరే
ఉర్విని కొడవలి మీరే
వ్యవసాయపు పనిముట్లకు మూలం మీరే
కణకణ మండే అగ్నిని కాచి
భగ భగ మండే మంటను దాటి
పసుపు వర్ణ పసిడిని పుస్తెలుగా మార్చుతూ
అలంకార ప్రియులకు ఆభరణం నీవు
ఆకలి కేకలు మరిచి
అర్ధచంద్రాకారపు ఉదరంతో
ప్రతి ఇంటా గడపగా నీవుంటావు
గృహవాస్తుకు గృహగతులకు
వ్యాసుడవైనావు
ఉలి దెబ్బల తాకిడికి బిగబెట్టుకొని
కంటి నుండి జాలువారే కన్నీళ్ళను వడిసిపట్టి
కఠినశిలను సైతం దైవత్వం ఒసిగేటి
దైవశిల్పి నీవు
గుడి బయటన నీవున్న గర్భగుడి దైవం నీవు
గిన్నె నీవు గరిటె నీవు
బిందె నీవు బ్రహ్మాండము నీవు
అణువణువున నీవు ఆదిగురువు నీవు
నీకు నీవు పోటీరా.. లేదు నీకు సాటిరా

63. తొలి కవిత

తొలి కవిత తాకిడికి తల్లడిల్లింది...
నా చిన్న హృదయము
నా మాట... పూల బాట...
నా పాట... తేనె పాట...
నా మది... వెన్నెల గది...
నా నవ్వు... అందమైన పువ్వు
నా కళ్ళు... ద్రాక్షపళ్ళు...
అని పిచ్చిరాతలు రాశాను...
విలువైన కాలాన్ని విసిగించాను...
అప్పుడే అర్థమయ్యింది...
నా మేథస్సు... మతి లేని చంధస్సు అని....

64. నేను

దివిసీమలో జన్మించినాను....
డోకిపర్రులో వీరమాచినేని వారి బడిలో....
చదివినాను...
గీతాంజలిలో ఇంటర్ ను...
గుడ్లవల్లేరులోని చాపరాల వాకిలిలో...
ఆచార్య నాగార్జున యందు...
డిగ్రీని, పి.జి.ని చేశాను...
ఆంధ్రాయూనివర్సిటీలో....
పి. హెచ్.డి.ని చేయుచున్నాను...
జి.ఇ.సి. సంస్థానం నా ఆస్థానం..
ఆదరించిన మా వ్యవస్థాపకులకు
వందనం...
తీర్చుకోలేను వారి ఋణం...
జి.సి.కి కావాలి నేను ఒక ఆభరణం...
అందుకు చేస్తాను రణం...
నా శ్రమే నాకు ఆయుధం....
నా విద్యార్థులే నాకు బలం...
వారి అభ్యున్నతే నా ధ్యేయం...
ఆత్మీయులు... స్నేహితులు....
బంధువులు నా వరం...

65. మదర్ థెరిస్సా

అదుకో అదుగో ఆకాశం
ఆకాశం నుంచి ఓ నక్షత్రం రాలిపడింది
అది ఏ అప్సరస సిగలోని పూవో
ఈ ఇలలోకి జారిపడింది
జారిపడిన ఆ పువ్వు
జాలిలేని ఈ లోకంలో
ప్రేమతో పేదలను పలకరించింది
నవ్వుతూ రోగులను ఆదరించింది
అనాథల పాలిట అమ్మలా
దీనుల పాలిట దేవతలా
లాలించి పాలించింది
ప్రేమకు ఆమె ఒక రూపము
దీనుల పాలిట దీపము
మానవ సేవే మాధవ సేవని
చేతలతో విశ్వాన్ని చుట్టింది
ఎనలేని ఖ్యాతిని పొందింది
అందరికీ అమ్మలా ఉంటూ
అనుకోకుండా అదృశ్యమైంది
అమరలోకానికి చేరింది
మా గుండెలలో అజరామరమయ్యింది

66. అసిస్టెంట్ ప్రొఫెసర్

అసిస్టెంట్ ప్రొఫెసర్ నిరా బాబు
నేను అసిస్టెంట్ ప్రొఫెసర్ నిరా
చాక్ చేత పట్టి – శ్వాస బిగపట్టి
మనసు వడిసిపెట్టి పాఠాలు చెబుతానురా
బతుకు పాఠాలు చెబుతానురా విద్యార్థి
సున్నాలు నీకొచ్చిన ఓ బాబు – నువ్వు
గురువుకు కన్నాలు నీవు పెట్టినా
దండాలు నే పెట్టుచున్నా
నీవు మారకున్నా నే మారుతున్నా
శ్రద్ధగా నీవు చదవరా బుద్ధిగా నీవుండరా
మనసు తెలుసుకోరా – విద్యార్థి
బాట మార్చుకోరా
గొంతులో తడి ఆరిపోతున్నా
కంటినుండి నీరు జారిపోతున్నా
గుండెలోన వేడి తగ్గిపోతున్నా
ఇంటిలోన ఆలి వీడిపోతున్నా
బాధేది కాదేదిరా బాబు
ఇది బాధేది కాదేదిరా
కానీ నీవు వ్రాయకుంటే
నీవు చదవకుంటే
నీవు తిరుగుతుంటే
నీవు పడుకుంటే
గుండెల్లో గుబులాయరా విద్యార్థి
మతిపోయి తిరిగేనురా
నే మతిపోయి తిరిగేనురా
నీకున్న నేస్తానిరా విద్యార్థి
నీవేమన్నా పడతానురా
శ్రద్ధగా నువ్వు చదవరా విద్యార్థి
బుద్ధిగా నువ్వుండరా
మనసు తెలుసుకోరా విద్యార్థి
బాట మార్చుకోరా

67. లోకం తీరు

మార్పు ఉంది తరాలలో
ఓర్పు లేదు జనాలలో
స్వార్థము అర్థం లేకుండా
ఆకాశం అంటుతుంది
పరమార్థపు ఛాయలను
చెల్లాచెదురు చేస్తుంది
నరకమేది? స్వర్గమేది?
వరుడెవరు? రాక్షసుడెవరు?
అన్న బేధం లేనివాడై
సృష్టిని శాసించినాడు
ఉన్మాదం పెంచినాడు
మమతలన్నీ తుంచినాడు
మానవతను మరిచినాడు
మంచితనం విడిచినాడు
ముష్ఠివాడు కుష్ఠువాడు
గ్రుడ్డివాడు కుంటివాడు
మాలిన్యము కలిగినోడు
మానవుడు దానవుడు
మహిని ఏలే మహా పురుషుడు
చెయ్యాలి మంచికై పోరు
లేకుంటే మనమంతా బేజారు
ఏంటి ఈ లోకం తీరు ?

68. రెండు నాలుకలు

ఓడించేది ఆడది
భ్రమింపచేసేది ఆడది
భయపెట్టేది ఆడది
అర్థం కానిది ఆడది
ఆడించేది ఆడది
అర్థాలకు పెడార్థాలు తీసేది ఆడది
అర్థం చేసుకోవటానికి జన్మ చాలదు
వదిలివెయ్యటానికి దమ్ము చాలదు
ఓర్పుకు చిహ్నం ఆడది
విజయానికి తోడు ఆడది
భరించేది ఆడది
ఆదరించేది ఆడది
అమ్మ ఒడి
అక్క అనురాగం
ఆలిగా మనకు తోడై
పాలించేది ప్రేమించేది ఆడది
అర్థం చేసుకోకపోవడం మన కర్మ
పెడార్థాలు తీయడం మన కర్మ

69. నూతన సంవత్సరం

ఉదదయించిందో అరుణ కిరణం
ఆ కిరణమే తెచ్చింది
ఈ శుభ తరుణం
ఇప్పుడే పుట్టింది ఈ వత్సరం
ఆనందం వెల్లువెత్తి సాగాలి
ఈ సంవత్సరం
నాలుగు కాలాలు
నవ రాగంలా సాగాలి
తడబడక మీ నడక నావలా పోవాలి
వడివడిగా సుడిగాలులు
అలజడులు రేపినా
మీ నావ ముందుకు సాగిపోవాలి
ఆ చంద్రతారార్కం మీరు నిలిచిపోవాలి

70. నవీన రాతలు

అల్లా సమానత్వం... జీసస్ ప్రేమతత్వం....
బుద్ధుని మానవత్వం... అదే నవీనతత్వం...
కులాల కుమ్ములాటలు
మతాల మత్తు మాటలు
ప్రాంతాల కొట్లాటలు
అధికారపు అహంకారాలు
ధనబలంతో దొమ్మీలు
దుర్మార్గపు ఆలోచనలు... అంతరించి...
మంచి పెరిగి మమత విరిసి
మానవ మనుగడ సాగాలి
మారాలి అభాగ్యుల తలరాతలు
కావాలి నవీన రాతలు

నవీన రాతలు ....మారాలి అభాగ్యుల తలరాతలు

71. విద్యాలయాలు

అక్షర భాండాగారాలు...
నిరక్షరాస్యత నిర్మూలించే... ఆది
గురువులు...
జ్ఞాన సముపార్జన చేయు... నిలయాలు...
జీవిత సత్యాన్ని బోధించు....ఆలయాలు...
గమ్యం తెలియని గమనానికి... దిశా
నిర్దేశాలు...
సాంకేతిక విజ్ఞాన సమరానికి... ప్రతీకలు...
తలరాతలు మార్చే... విధాతలు...
సమజానికి ప్రాణం పోసే... సరస్వతీ
సన్నిధానాలు...
అజ్ఞాన తిమిరాను... పారద్రోలి...
చైతన్య రేఖలను ప్రసరింపచేసే...
సౌరసదనాలు...
జాతి మనుగడకు... జీవగర్రలు...
శక్తి, భక్తి, యుక్తి సాధనకు... ఆశ్రమాలు...
విలువలకు... తోరణాలు....
విజయాలకు... ఆనవాలు...
ఉజ్వల భవిష్యత్తుకు.... తార్కాణాలు...
కర్మభూమిని కాపుకాచే... కర్మాగారాలు...
ధర్మనిరతికి, విశ్వమానవ
సౌభ్రాతృత్వానికి.... సాక్షీభూతాలు...
ఆనంద నిలయాలు.... విద్యాలయాలు...

72. మారాలి మా తల రాతలు

వద్దు వద్దన్నా... హద్దు గీశారు...
తెలుగు జాతిని ముక్కలు చేశారు....
ఆంధ్రులంటే అంధులని...
అంధకారానికి నెట్టివేశారు...
ఒక చీల్చితే...
మరొకరు మాట మార్చారు...
హామీలు నీటిపై రాతతా...
ప్యాకేజీలు పేపరు మీదేనా?
ప్రాజెక్ట్ లు, స్మార్ట్ సిటీలు మాయేనా?
ఆదరిస్తారని ఆశతో మౌనం...
మౌనానికి కావాలి సమాధానం...
చెయ్యాలి న్యాయం...
కావాలి సహాయం...
మా కలలు పండాలి....
మా కడుపు నిండాలి...
చెయ్యొద్దు మోసం...
కూల్చొద్దు జాతి గౌరవం...
మారాలి మా తలరాతలు...
రావాలి మాకు మంచి రోజులు...
ఆంధ్రులంటే అమరావతికి వారసులం...
అలుపెరుగని తెలుగు తల్లికి బిడ్డలం...
భారతీయ పౌరులం...
అభాగ్యులం కాదు...
ఆశయ సాధకులం....
చంద్రన్న సిద్ధాంతాలకు వారసులం....
జై ఆంధ్రా ! జై జై ఆంధ్రా !

www.ingramcontent.com/pod-product-compliance
Lightning Source LLC
LaVergne TN
LVHW030324070526
838199LV00069B/6559
* 9 7 8 9 3 5 6 2 0 6 3 6 6 *